AF200005

Schule - trường học   2
Reise - du lịch   5
Transport - vận chuyển   8
Stadt - thành phố   10
Landschaft - phong cảnh   14
Restaurant - khách sạn   17
Supermarkt - siêu thị   20
Getränke - thức uống   22
Essen - thức ăn   23
Bauernhof - nông trại   27
Haus - nhà   31
Wohnzimmer - phòng khách   33
Küche - bếp   35
Badezimmer - phòng tắm   38
Kinderzimmer - phòng trẻ em   42
Kleidung - y phục   44
Büro - văn phòng   49
Wirtschaft - kinh tế   51
Berufe - nghề nghiệp   53
Werkzeuge - dụng cụ   56
Musikinstrumente - nhạc cụ   57
Zoo - vườn bách thú   59
Sport - thể thao   62
Aktivitäten - các hoạt động   63
Familie - gia đình   67
Körper - cơ thể   68
Krankenhaus - bệnh viện   72
Notfall - cấp cứu   76
Erde - trái đất   77
Uhr - đồng hồ   79
Woche - tuần lễ   80
Jahr - năm   81
Formen - hình dạng   83
Farben - màu sắc   84
Gegenteile - đối lập   85
Zahlen - con số   88
Sprachen - các ngôn ngữ   90
wer / was / wie - ai / cái gì / như thế nào   91
wo - ở đâu   92

Impressum
Verlag: BABADADA GmbH, Nedderfeld 112 , 22529 Hamburg
Geschäftsführer / Verlagsleitung: Harald Hof
Druck: Books on Demand GmbH, In de Tarpen 42, 22848 Norderstedt

Imprint
Publisher: BABADADA GmbH, Nedderfeld 112 , 22529 Hamburg, Germany
Managing Director / Publishing direction: Harald Hof
Print: Books on Demand GmbH, In de Tarpen 42, 22848 Norderstedt, Germany

Schule
trường học

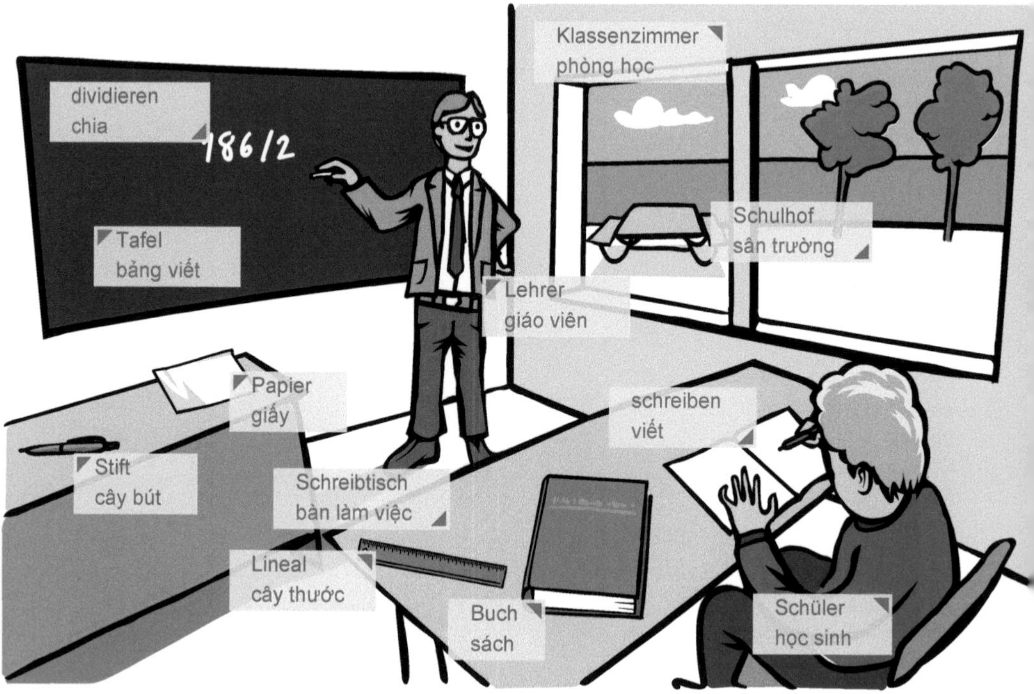

Klassenzimmer
phòng học
dividieren
chia
186/2
Tafel
bảng viết
Schulhof
sân trường
Lehrer
giáo viên
Papier
giấy
schreiben
viết
Stift
cây bút
Schreibtisch
bàn làm việc
Lineal
cây thước
Buch
sách
Schüler
học sinh

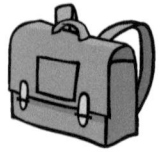

Ranzen

cặp đeo vai học sinh

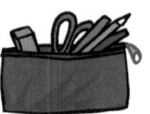

Federmappe

hộp đựng bút

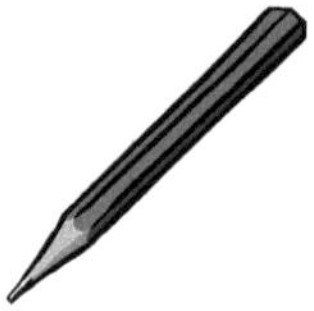

Bleistift

bút chì

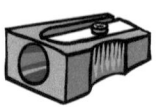

Bleistiftanspitzer

cái gọt bút chì

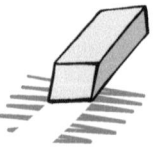

Radiergummi

cục tẩy

Zeichenblock

tập giấy vẽ

Zeichnung

bản vẽ

Pinsel

cọ vẽ

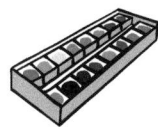

Malkasten

hộp mực vẽ

Schere

cây kéo

Klebstoff

keo dán

Übungsheft

sách bài tập

Hausaufgabe

bài tập ở nhà

Zahl

số

addieren

cộng

subtrahieren

trừ

multiplizieren

nhân

rechnen

tính toán

Buchstabe

chữ cái

Alphabet

bảng chữ cái

Wort

từ

Text

văn bản

lesen

đọc

Kreide

phấn viết

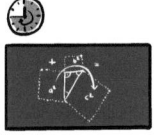

Stunde

bài học

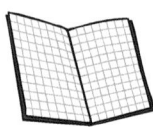

Klassenbuch

sổ lớp

Prüfung

thi kiểm tra

Zeugnis

chứng chỉ

Schuluniform

đồng phục học sinh

Ausbildung

giáo dục

Lexikon

từ điển bách khoa

Universität

đại học

Mikroskop

kính hiển vi

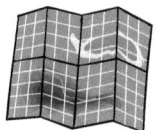

Karte

bản đồ

Papierkorb

thùng rác giấy

Reise
du lịch

Hotel
khách sạn
Grand
Herberge
nhà trọ
ROOMS
Wechselstube
quầy đổi tiền
EXCHANGE
Koffer
va li
Auto
xe ô tô

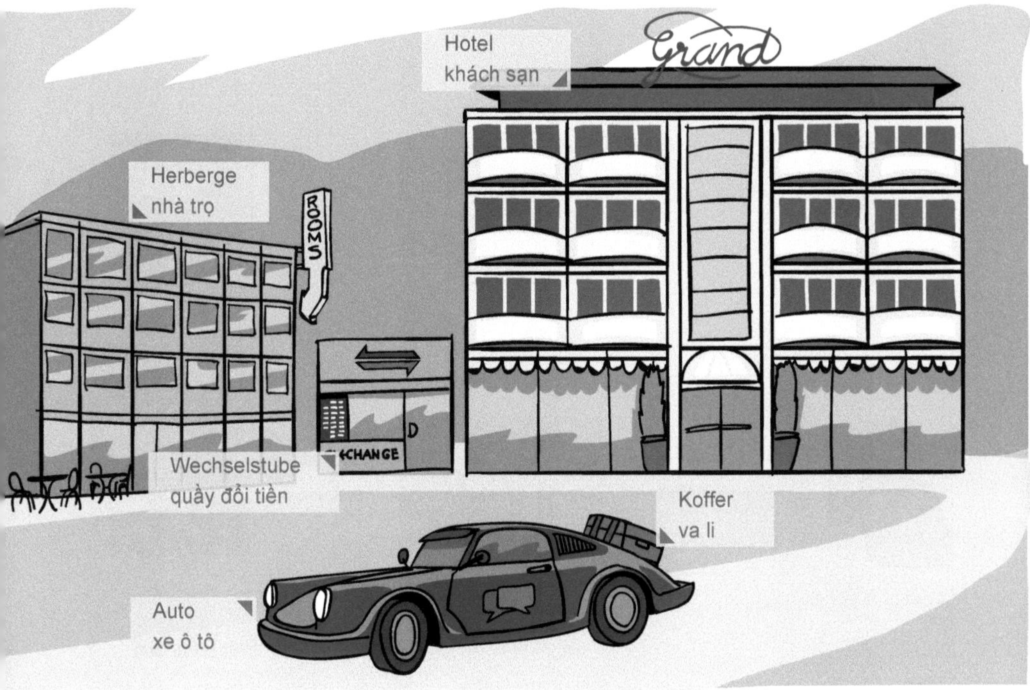

Sprache

ngôn ngữ

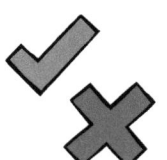

ja / nein

có / không

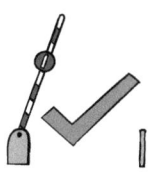

Okay

ô kê

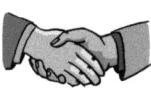

Hallo

Xin chào

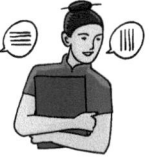

Übersetzer

thông dịch viên

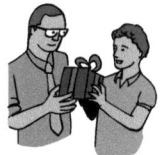

Danke

cám ơn

Was kostet…?

… bao nhiêu tiều?

Ich verstehe nicht

tôi không hiểu

Problem

vấn đề

Guten Abend!

Xin chào! (buổi tối)

Guten Morgen!

xin chào! (buổi sáng)

Gute Nacht!

chúc ngủ ngon!

Auf Wiedersehen

tạm biệt

Richtung

hướng đi

Gepäck

hành lý

Tasche

túi xách

Rucksack

túi ba lô

Gast

khách

Zimmer

phòng

Schlafsack

túi ngủ

Zelt

lều

Touristeninformation

thông tin du lịch

Strand

bãi biển

Kreditkarte

thẻ tín dụng

Frühstück

ăn sáng

Mittagessen

ăn trưa

Abendessen

ăn tối

Fahrkarte

vé xe

Fahrstuhl

thang máy

Briefmarke

tem bưu điện

Grenze

biên giới

Zoll

hải quan

Botschaft

đại sứ quán

Visum

thị thực

Pass

hộ chiếu

Transport
vận chuyển

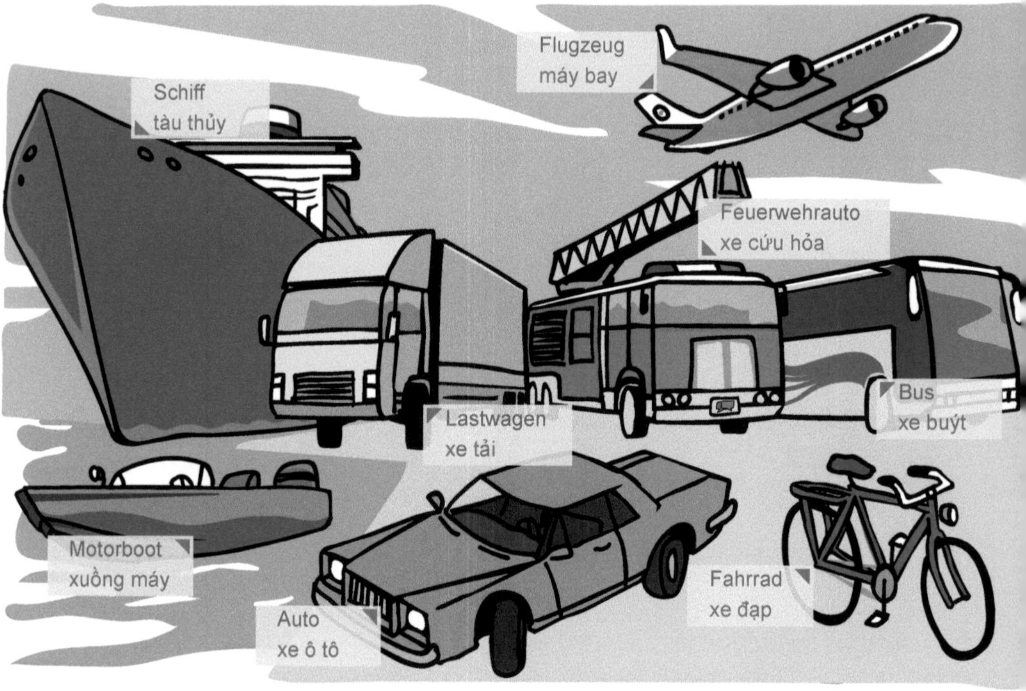
Flugzeug
máy bay
Schiff
tàu thủy
Feuerwehrauto
xe cứu hỏa
Bus
xe buýt
Lastwagen
xe tải
Motorboot
xuồng máy
Fahrrad
xe đạp
Auto
xe ô tô

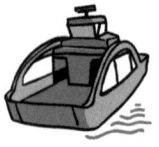

Fähre
phà

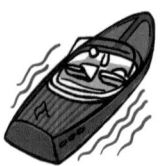

Boot
xuồng

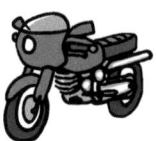

Motorrad
xe máy

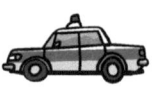

Polizeiauto
xe cảnh sát

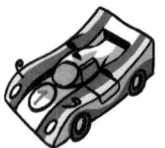

Rennauto
xe đua

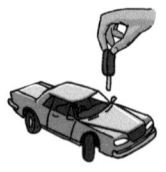

Mietwagen
xe cho thuê

Carsharing

dịch vụ thuê xe tự lái

Abschleppwagen

xe kéo cứu hộ

Müllauto

xe rác

Motor

động cơ

Kraftstoff

xăng

Tankstelle

trạm xăng

Verkehrsschild

biển báo giao thông

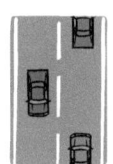

Verkehr

giao thông

Stau

ách tắc giao thông

Parkplatz

bãi đậu xe

Bahnhof

nhà ga

Schienen

đường ray

Zug

xe lửa

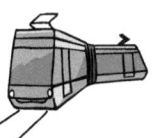

Straßenbahn

tàu điện

Wagon

toa xe

Helikopter

máy bay trực thăng

Flughafen

sân bay

Tower

tháp

Passagier

hành khách

Container

côngtenơ

Karton

thùng các-tông

Karren

xe đẩy

Korb

cái giỏ

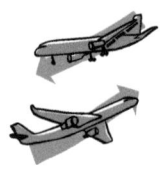

starten / landen

cất cánh / hạ cánh

Stadt
thành phố

Dorf

làng

Stadtzentrum

trung tâm thành phố

Haus

nhà

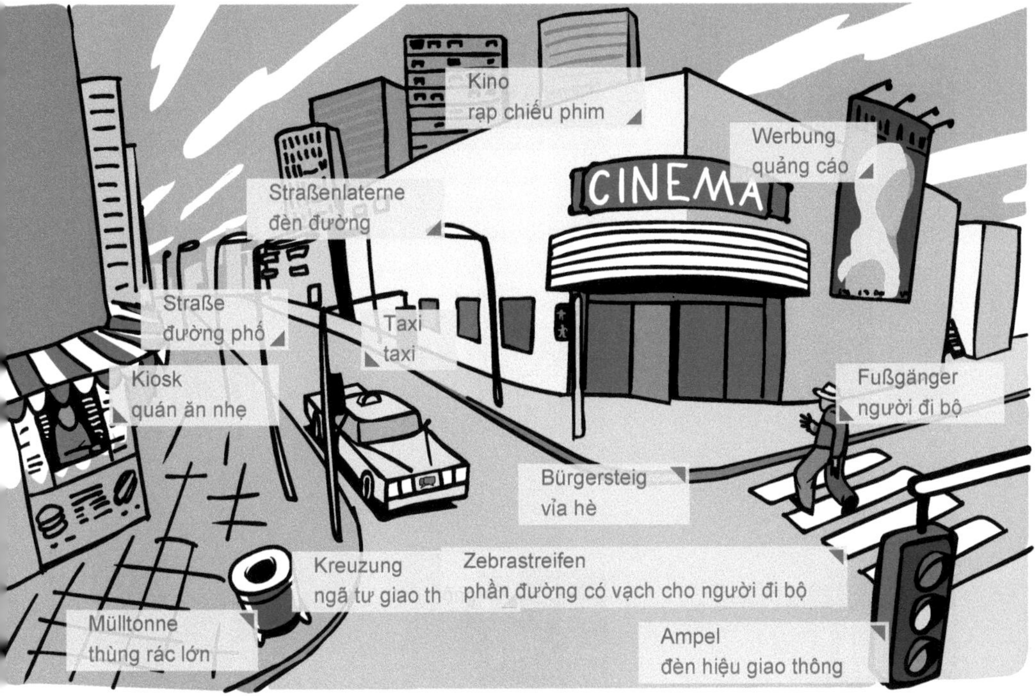

Kino
rạp chiếu phim

Werbung
quảng cáo

Straßenlaterne
đèn đường

CINEMA

Straße
đường phố

Taxi
taxi

Kiosk
quán ăn nhẹ

Fußgänger
người đi bộ

Bürgersteig
vỉa hè

Kreuzung
ngã tư giao th

Zebrastreifen
phần đường có vạch cho người đi bộ

Mülltonne
thùng rác lớn

Ampel
đèn hiệu giao thông

Hütte

nhà chòi

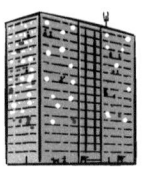

Wohnung

căn hộ

Bahnhof

nhà ga

Rathaus

tòa thị chính

Museum

viện bảo tàng

Schule

trường học

Universität

đại học

Bank

ngân hàng

Krankenhaus

bệnh viện

Hotel

khách sạn

Apotheke

hiệu thuốc

Büro

văn phòng

Buchhandlung

hiệu sách

Geschäft

cửa hiệu

Blumenladen

cửa hiệu bán hoa

Supermarkt

siêu thị

Markt

chợ

Kaufhaus

cửa hàng bách hóa

Fischhändler

người bán cá

Einkaufszentrum

trung tâm mua bán

Hafen

bến cảng

Park

công viên

Bank

ghế băng

Brücke

cầu

Treppe

cầu thang

U-Bahn

tàu điện ngầm

Tunnel

đường hầm

Bushaltestelle

trạm xe buýt

Bar

quán bar

Restaurant

khách sạn

Briefkasten

hòm thư công cộng

Straßenschild

bảng hiệu đường

Parkuhr

đồng hồ đậu xe

Zoo

vườn bách thú

Badeanstalt

bể bơi

Moschee

nhà thờ Hồi giáo

Bauernhof

nông trại

Umweltverschmutzung

ô nhiễm môi trường

Friedhof

nghĩa trang

Kirche

nhà thờ

Spielplatz

sân chơi

Tempel

ngôi đền

Landschaft
phong cảnh

Blatt
lá cây

Wegweiser
bảng chỉ đường

Weg
lối đi

Wiese
bãi cỏ

Stein
hòn đá

Baum
cây

Wanderer
người đi bộ đường dài

Fluss
sông

Gras
cỏ

Blume
bông hoa

Tal

thung lũng

Berg

đồi

See

hồ nước

Wald

rừng

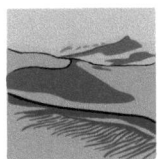

Wüste

sa mạc

Vulkan

núi lửa

Schloss

lâu đài

Regenbogen

cầu vồng

Pilz

nấm

Palme

cây cọ

Moskito

con muỗi

Fliege

con ruồi

Ameise

con kiến

Biene

con ong

Spinne

con nhện

Käfer

bọ cánh cứng

Frosch

con ếch

Eichhörnchen

con sóc

Igel

con nhím

Hase

con thỏ

Eule

con cú

Vogel

con chim

Schwan

thiên nga

Wildschwein

heo rừng

Hirsch

con hươu

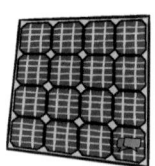

Elch

nai sừng tấm

Staudamm

đê

Windrad

tuabin gió

Solarmodul

tấm năng lượng mặt trời

Klima

khí hậu

Restaurant
khách sạn

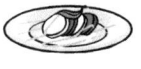

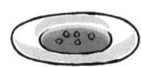

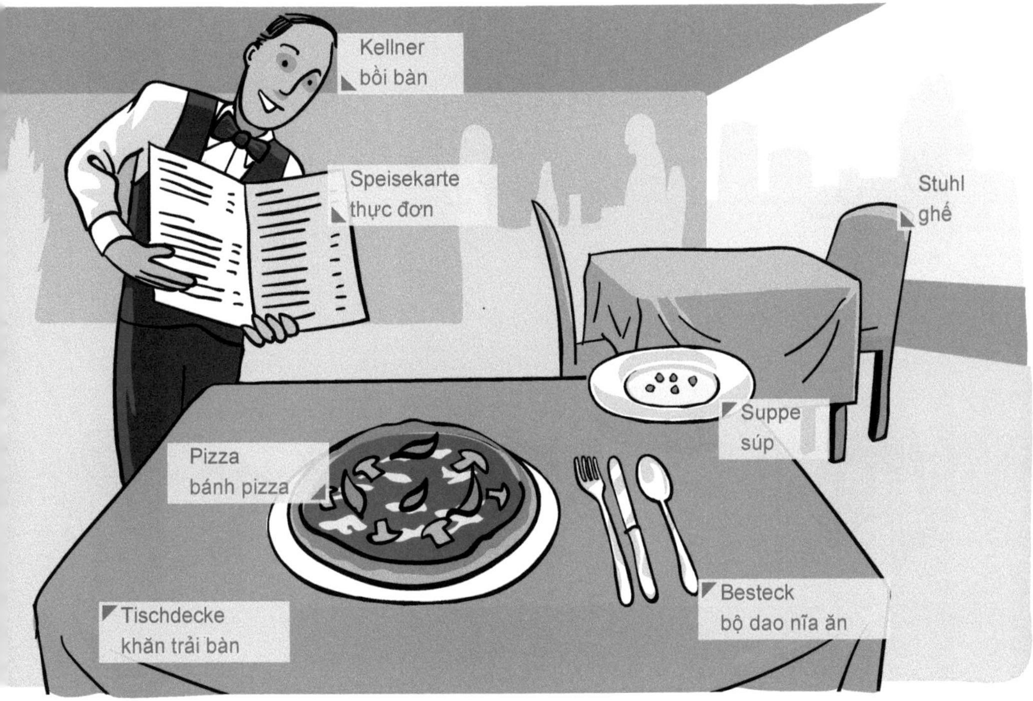
Kellner
bồi bàn
Speisekarte
thực đơn
Stuhl
ghế
Suppe
súp
Pizza
bánh pizza
Besteck
bộ dao nĩa ăn
Tischdecke
khăn trải bàn

Vorspeise

món ăn khai vị

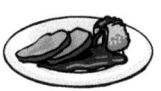

Hauptgericht

món ăn chính

Nachspeise

món tráng miệng

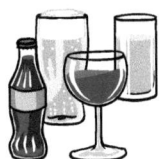

Getränke

thức uống

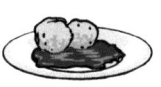

Essen

thức ăn

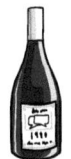

Flasche

cái chai

Fastfood

thức ăn nhanh

Streetfood

thức ăn đường phố

Teekanne

ấm trà

Zuckerdose

hộp đường

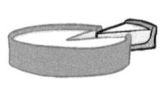

Portion

khẩu phần

Espressomaschine

máy pha espresso

Hochstuhl

ghế cao

Rechnung

hóa đơn

Tablett

khay

Messer

dao

Gabel

nĩa

Löffel

thìa

Teelöffel

thìa uống trà

Serviette

khăn ăn

Glas

cốc thủy tinh

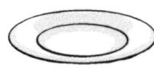

Teller

đĩa

Suppenteller

đĩa súp

Untertasse

đĩa lót cốc

Sauce

nước sốt

Salzstreuer

lọ muối

Pfeffermühle

cái xay tiêu

Essig

giấm

Öl

dầu

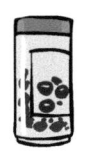

Gewürze

gia vị

Ketchup

nước xốt cà chua

Senf

tương hạt cải

Mayonnaise

nước sốt mayonnaise

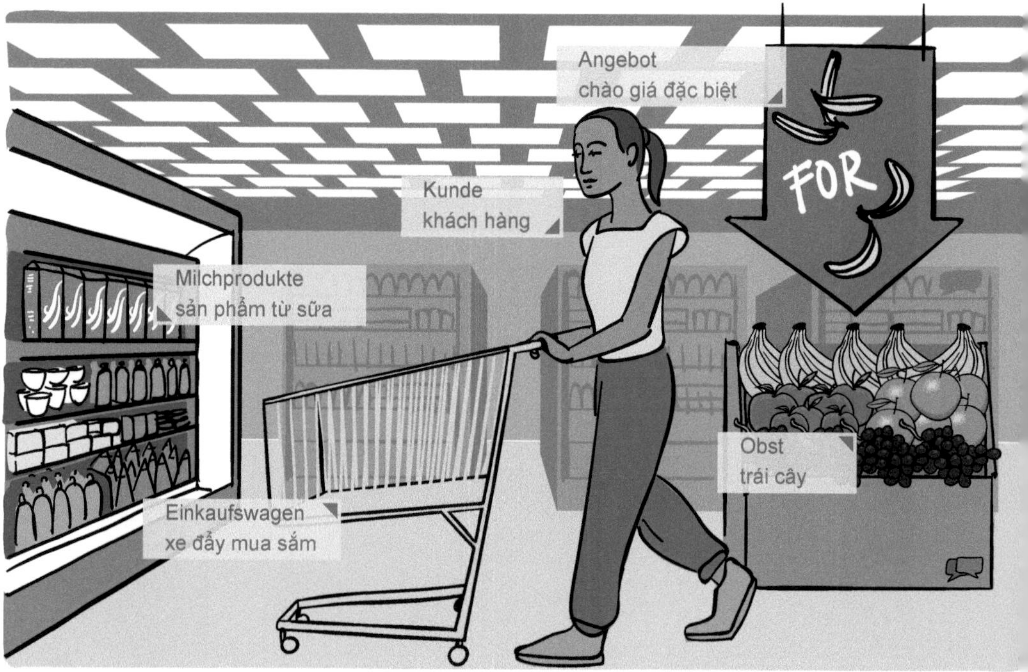

Angebot / chào giá đặc biệt

Kunde / khách hàng

Milchprodukte / sản phẩm từ sữa

Obst / trái cây

Einkaufswagen / xe đẩy mua sắm

Schlachterei	Bäckerei	wiegen
lò mổ	cửa hiệu bán bánh mì	cân nặng
	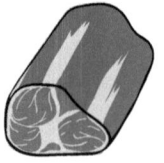	
Gemüse	Fleisch	Tiefkühlkost
rau quả	thịt	thức ăn đông lạnh

Aufschnitt

lát thịt nguội

Konserven

đồ hộp

Waschmittel

bột giặt

Süßigkeiten

đồ ngọt

Haushaltsartikel

sản phẩm dùng trong gia đình

Reinigungsmittel

chất tẩy rửa

Verkäuferin

người bán hàng

Kasse

quầy trả tiền

Kassierer

nhân viên thu ngân

Einkaufsliste

danh sách mua sắm

Öffnungszeiten

giờ mở cửa

Brieftasche

ví tiền

Kreditkarte

thẻ tín dụng

Tasche

túi đeo

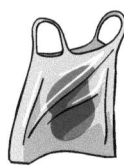

Plastiktüte

túi ny lông

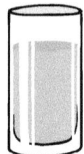

Wasser

nước

Saft

nước quả ép

Milch

sữa

Cola

coca-cola

Wein

rượu vang

Bier

bia

Alkohol

cồn

Kakao

cacao

Tee

trà

Kaffee

cà phê

Espresso

espresso

Cappuccino

cappuccino

Banane

chuối

Apfel

quả táo

Orange

quả cam

Melone

dưa hấu

Zitrone

chanh

Karotte

cà rốt

Knoblauch

tỏi

Bambus

tre

Zwiebel

củ hành

Pilz

nấm

Nüsse

hạt dẻ

Nudeln

mì

Spaghetti

mì spaghetti

Reis

cơm

Salat

xà lách

Pommes frites

khoai tây chiên

Bratkartoffeln

khoai tây chiên

Pizza

bánh pizza

Hamburger

bánh hamburger

Sandwich

bánh mì sandwich

Schnitzel

thịt côtlet

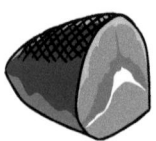

Schinken

thịt giăm bông

Salami

xúc xích

Wurst

dồi

Huhn

gà

Braten

rán

Fisch

cá

Haferflocken

cháo yến mạch

Müsli

cháo muesli

Cornflakes

bánh bột ngô nướng

Mehl

bột mì

Croissant

bánh sừng bò

Brötchen

bánh mì

Brot

bánh mì

Toast

bánh mì nướng

Kekse

bánh bích quy

Butter

bơ

Quark

sữa đông

Kuchen

bánh ngọt

Ei

trứng

Spiegelei

trứng rán

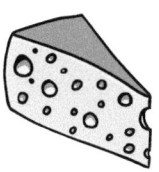

Käse

pho mát

Eiscreme

kem

Zucker

đường

Honig

mật ong

Marmelade

mứt

Nougat-Creme

kem nougat

Curry

cà ri

Bauernhof
nông trại

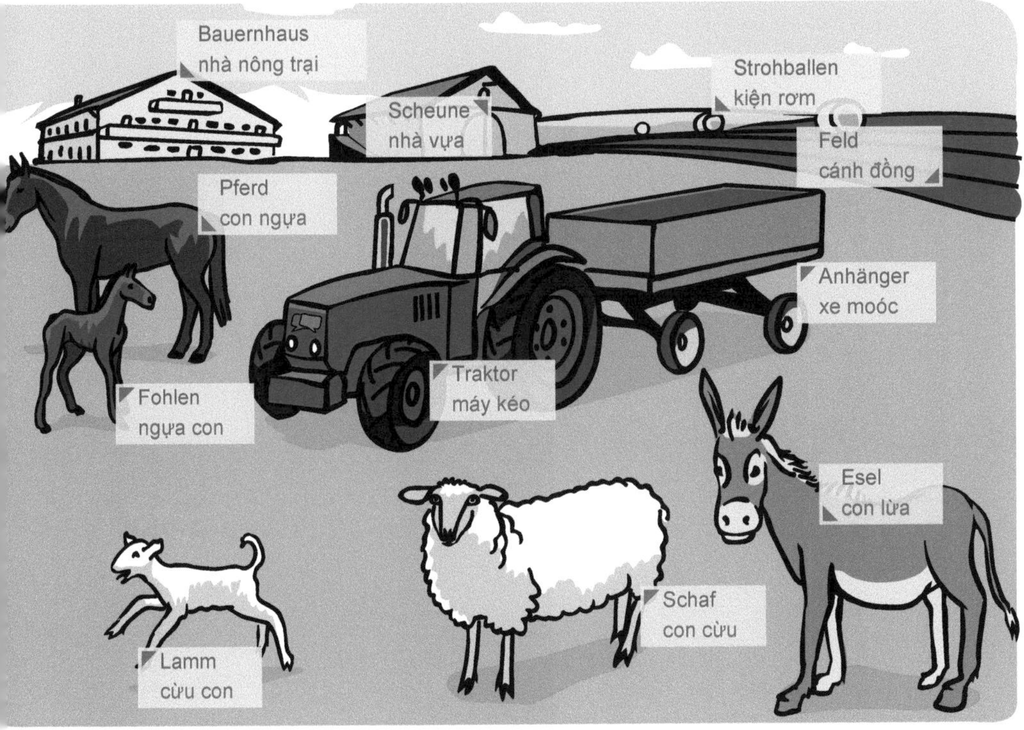

Bauernhaus
nhà nông trại
Scheune
nhà vựa
Strohballen
kiện rơm
Feld
cánh đồng
Pferd
con ngựa
Anhänger
xe moóc
Traktor
máy kéo
Fohlen
ngựa con
Esel
con lừa
Schaf
con cừu
Lamm
cừu con

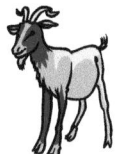

Ziege
con dê

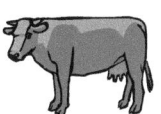

Kuh
con bò

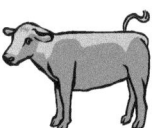

Kalb
con bê

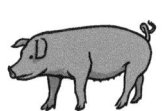

Schwein
con lợn

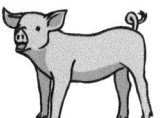

Ferkel
lợn con

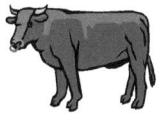

Bulle
bò đực

Gans

con ngỗng

Ente

con vịt

Küken

gà con

Huhn

gà mái

Hahn

gà trống

Ratte

con chuột

Katze

mèo

Maus

chuột nhắt

Ochse

bò đực

Hund

con chó

Hundehütte

nhà chuồng chó

Gartenschlauch

ống tưới vườn cây

Gießkanne

thùng tưới cây

Sense

lưỡi hái

Pflug

cái cày

Sichel

cái liềm

Hacke

cái cuốc

Mistgabel

cái chĩa

Axt

cái rìu

Schubkarre

xe cút kít

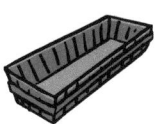

Trog

máng ăn

Milchkanne

lọ sữa

Sack

bao tải

Zaun

hàng rào

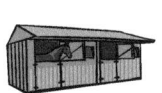

Stall

chuồng

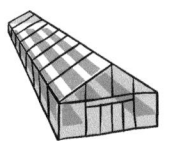

Treibhaus

nhà kính trồng cây

Boden

đất trồng

Saat

hạt giống

Dünger

phân bón

Mähdrescher

máy gặt đập liên hợp

ernten

thu hoạch

Ernte

mùa thu hoạch

Yamswurzel

khoai lang

Weizen

lúa mì

Soja

đậu nành

Kartoffel

khoai tây

Mais

ngô

Raps

hạt cải dầu

Obstbaum

cây ăn trái

Maniok

sắn

Getreide

ngũ cốc

Haus
nhà

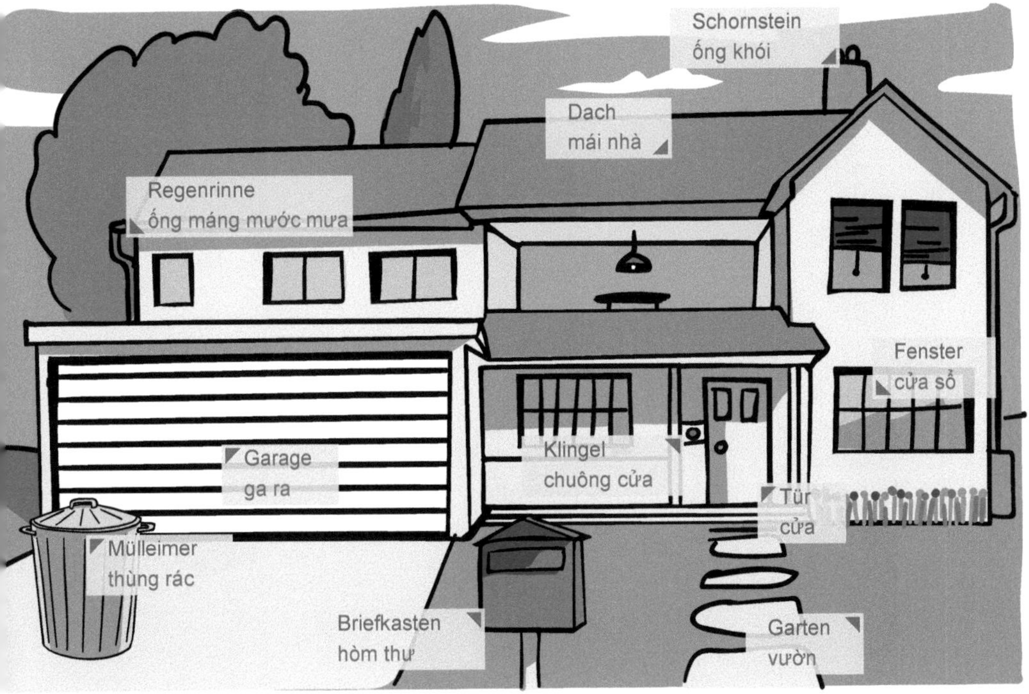
Schornstein
ống khói
Dach
mái nhà
Regenrinne
ống máng mước mưa
Fenster
cửa sổ
Klingel
chuông cửa
Garage
ga ra
Tür
cửa
Mülleimer
thùng rác
Briefkasten
hòm thư
Garten
vườn

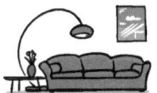

Wohnzimmer
phòng khách

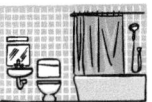

Badezimmer
phòng tắm

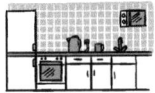

Küche
bếp

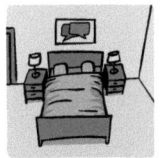

Schlafzimmer
phòng ngủ

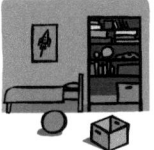

Kinderzimmer
phòng trẻ em

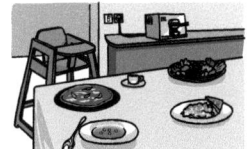

Esszimmer
phòng ăn

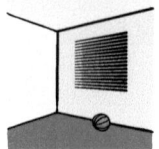

Boden

nền nhà

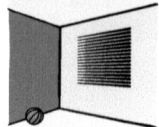

Wand

tường

Decke

trần nhà

Keller

tầng hầm

Sauna

tắm hơi

Balkon

ban công

Terrasse

sân hiên

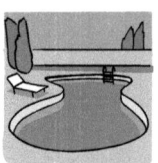

Schwimmbad

bể bơi

Rasenmäher

máy cắt cỏ

Bettbezug

khăn trải giường

Bettdecke

khăn trải giường

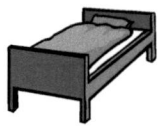

Bett

giường

Besen

chổi

Eimer

cái xô

Schalter

công tắc điện

Wohnzimmer
phòng khách

Tapete
giấy dán tường
Bild
hình ảnh
Lampe
đèn
Regal
cái kệ
Schrank
tủ
Fernseher
ti vi
Kamin
lò sưởi
Blume
bông hoa
Kissen
gối
Sofa
ghế sofa
Vase
bình hoa
Fernbedienung
điều khiển từ xa

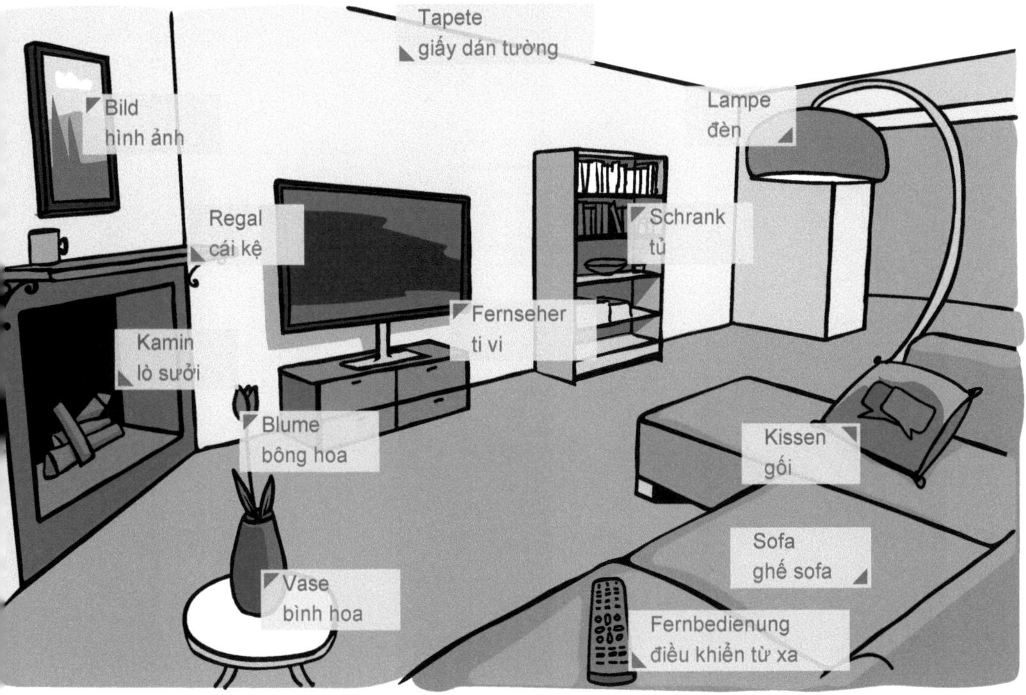

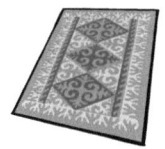

Teppich

thảm

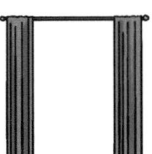

Vorhang

rèm

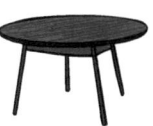

Tisch

cái bàn

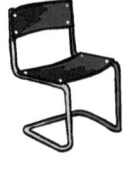

Stuhl

ghế

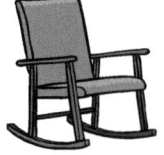

Schaukelstuhl

ghế bập bênh

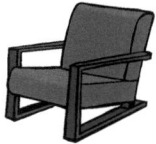

Sessel

ghế bành

Buch

sách

Decke

cái chăn

Dekoration

đồ trang trí

Feuerholz

củi

Film

phim

Stereoanlage

máy hi-fi

Schlüssel

chìa khóa

Zeitung

báo

Gemälde

bức tranh

Poster

áp phích

Radio

radio

Notizblock

sổ ghi chép

Staubsauger

máy hút bụi

Kaktus

cây xương rồng

Kerze

cây nến

Küche
bếp

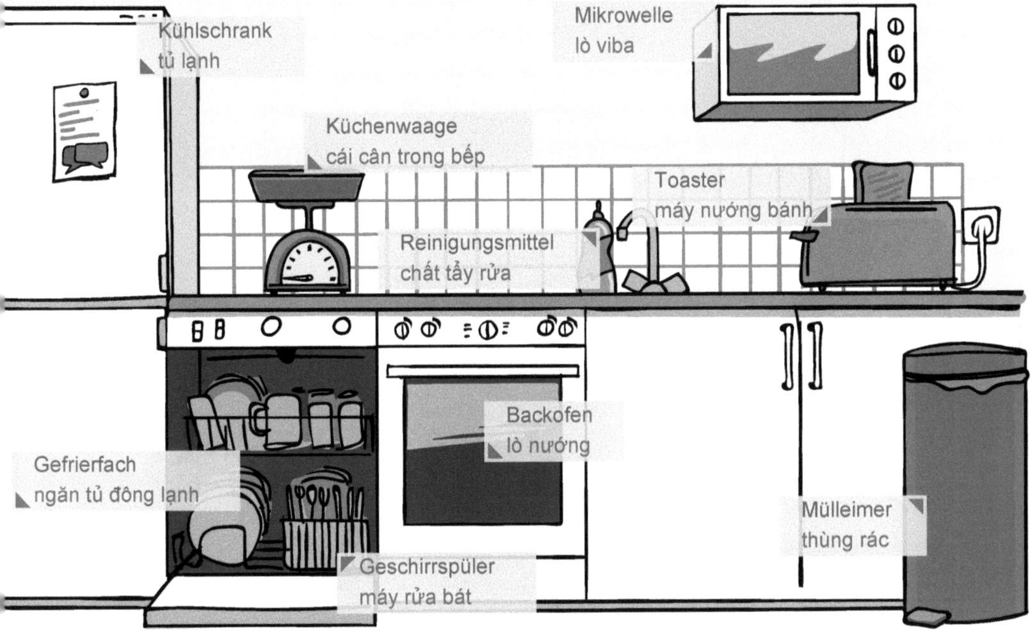

Kühlschrank
tủ lạnh
Mikrowelle
lò viba
Küchenwaage
cái cân trong bếp
Toaster
máy nướng bánh
Reinigungsmittel
chất tẩy rửa
Backofen
lò nướng
Gefrierfach
ngăn tủ đông lạnh
Mülleimer
thùng rác
Geschirrspüler
máy rửa bát

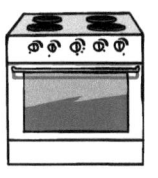

Herd

lò nấu

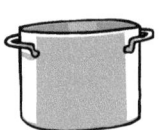

Topf

nồi

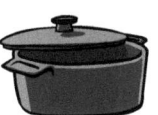

Eisentopf

nồi sắt

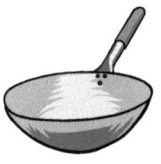

Wok / Kadai

chảo

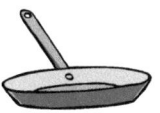

Pfanne

chảo

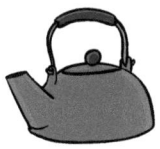

Wasserkocher

ấm đun nước

Dampfgarer

nồi đun hơi

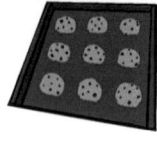

Backblech

khay lò nướng

Geschirr

bát đĩa

Becher

cốc

Schale

cái bát

Essstäbchen

đũa

Suppenkelle

cái vá

Pfannenwender

bàn xẻng

Schneebesen

que đánh kem

Kochsieb

rây dùng trong bếp

Sieb

cái rây lọc

Reibe

cái nạo

Mörser

vữa

Grill

vỉ nướng

Feuerstelle

ngọn lửa trần

Schneidebrett
cái thớt

Nudelholz
trục cán bột

Korkenzieher
cái mở nút chai

Dose
vỏ đồ hộp

Dosenöffner
cái mở vỏ đồ hộp

Topflappen
miếng nhấc nồi

Waschbecken
bồn rửa bát

Bürste
bàn chải

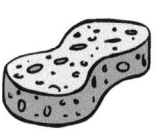

Schwamm
miếng xốp

Mixer
máy xay

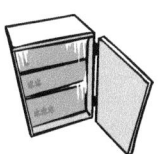

Gefriertruhe
tủ đông lạnh

Babyflasche
bình sữa cho trẻ sơ sinh

Wasserhahn
vòi nước

Badezimmer
phòng tắm

Heizung
lò sưởi
Handtuch
khăn lau
Dusche
vòi hoa sen
Duschvorhang
rèm che ngăn tắm
Schaumbad
tắm bọt
Badewanne
bồn tắm
Glas
cốc thủy tinh
Waschmaschine
máy giặt
Wasserhahn
vòi nước
Fliesen
gạch lát
Töpfchen
cái bô
Waschbecken
bồn rửa bát

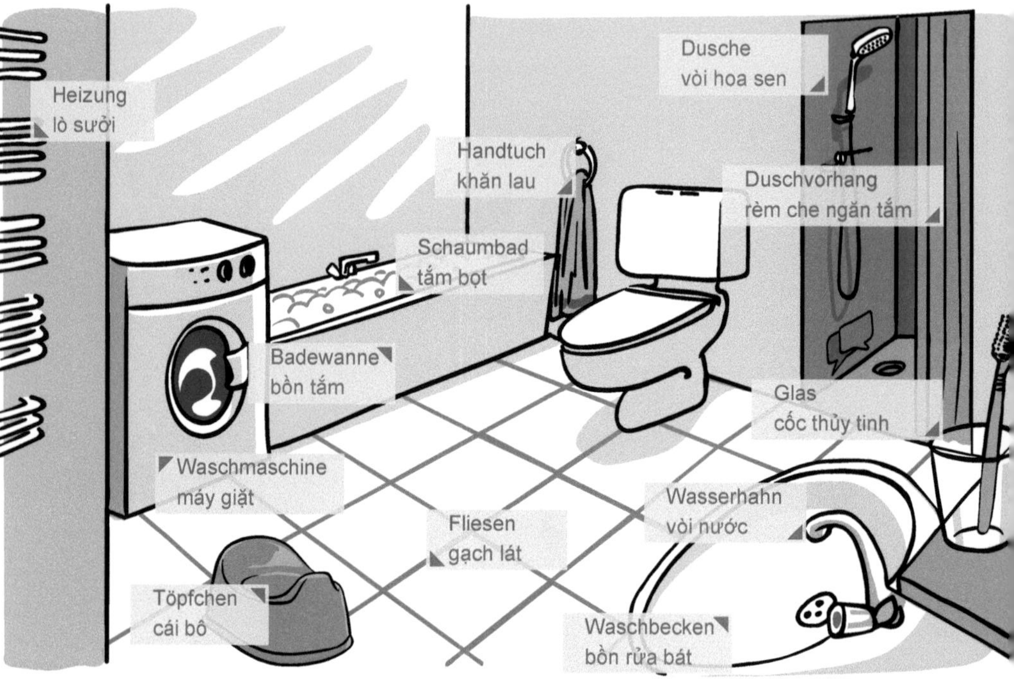

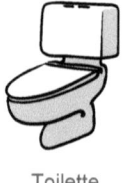

Toilette
bồn cầu

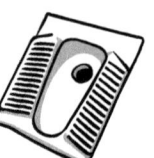

Hocktoilette
bồn cầu ngồi xổm

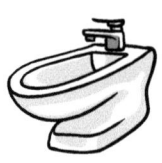

Bidet
bồn rửa hậu môn

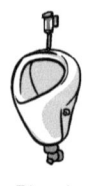

Pissoir
bồn tiểu tiện

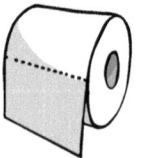

Toilettenpapier
giấy vệ sinh

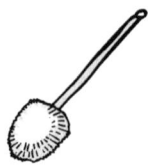

Toilettenbürste
bàn chải cọ bồn cầu

Zahnbürste

bàn chải đánh răng

Zahnpasta

kem đánh răng

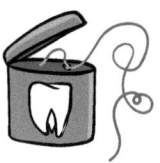

Zahnseide

chỉ nha khoa

waschen

rửa

Handbrause

vòi sen cầm tay

Intimdusche

vòi rửa hậu môn

Waschschüssel

bồn rửa

Rückenbürste

bàn chải cọ lưng

Seife

xà phòng

Duschgel

sữa tắm

Shampoo

dầu gội

Waschlappen

khăn cọ để tắm

Abfluss

lỗ thoát nước

Creme

kem

Deodorant

chất khử mùi

Spiegel

gương

Kosmetikspiegel

gương tay

Rasierer

dao cạo râu

Rasierschaum

kem cạo râu

Rasierwasser

nước thơm dùng sau khi
cạo râu

Kamm

cái lược

Bürste

bàn chải

Föhn

máy xấy tóc

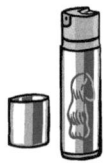

Haarspray

keo xịt tóc

Makeup

đồ trang điểm

Lippenstift

thỏi son môi

Nagellack

sơn bôi móng

Watte

bông

Nagelschere

kéo cắt móng

Parfum

nước hoa

Kulturbeutel

túi đựng đồ tắm

Hocker

ghế đẩu

Waage

cái cân

Bademantel

áo choàng tắm

Gummihandschuhe

găng tay làm vệ sinh

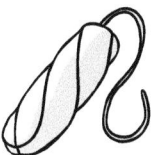

Tampon

nút gạc

Damenbinde

băng vệ sinh

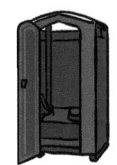

Chemietoilette

nhà vệ sinh hóa chất

Kinderzimmer
phòng trẻ em

Wecker
đồng hồ báo thức
Kuscheltier
thú bông
Spielzeugauto
xe đồ chơi
Rassel
cái lúc lắc
Puppenhaus
nhà búp bê
Geschenk
món quà

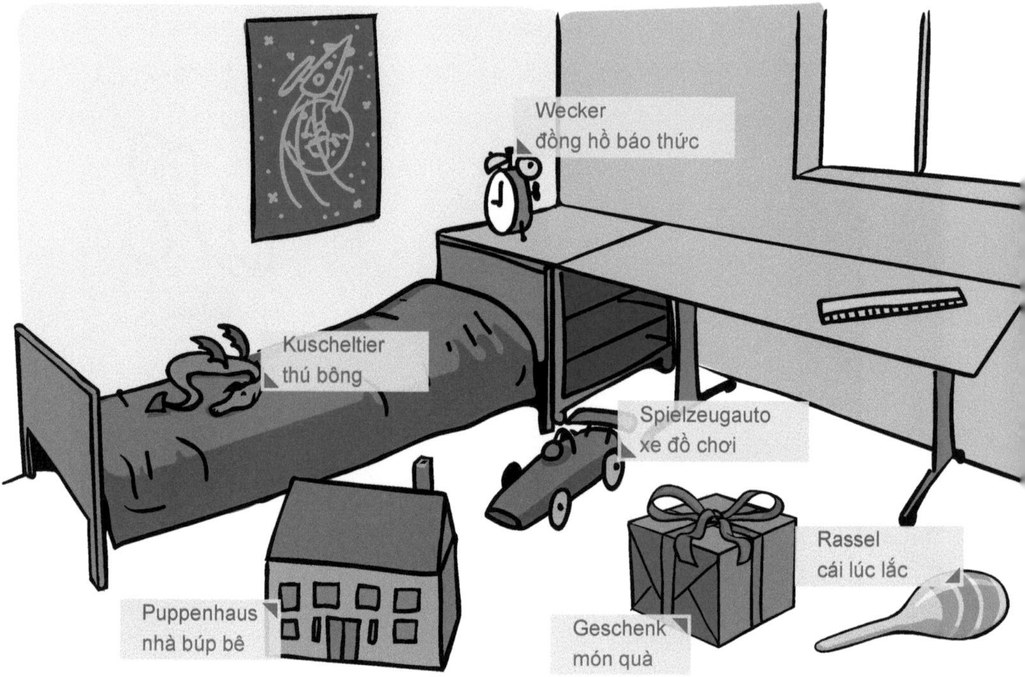

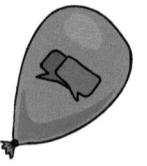

Ballon
bong bóng

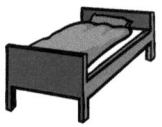

Bett
giường

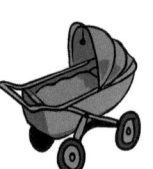

Kinderwagen
xe nôi

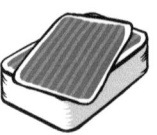

Kartenspiel
trò chơi bài

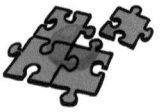

Puzzle
trò chơi ghép hình

Comic
truyện tranh

Legosteine

gạch Lego

Bausteine

khối xếp hình

Action Figur

nhân vật hành động

Strampelanzug

áo liền quần cho trẻ sơ sinh

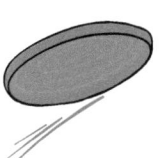

Frisbee

đĩa nhựa để ném

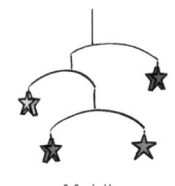

Mobile

đồ chơi treo trên giường

Brettspiel

trò chơi cờ bàn

Würfel

xúc xắc

Modelleisenbahn

đồ chơi xe lửa mô hình

Schnuller

ti giả

Party

buổi tiệc

Bilderbuch

sách tranh

Ball

quả bóng

Puppe

búp bê

spielen

chơi

Sandkasten

hố cát

Schaukel

cái đu

Spielzeug

đồ chơi

Spielkonsole

máy chơi game cầm tay

Dreirad

xe ba bánh

Teddy

gấu bông

Kleiderschrank

tủ quần áo

Kleidung
y phục

Socken

bít tất

Strümpfe

bít tất dài

Strumpfhose

quần tất

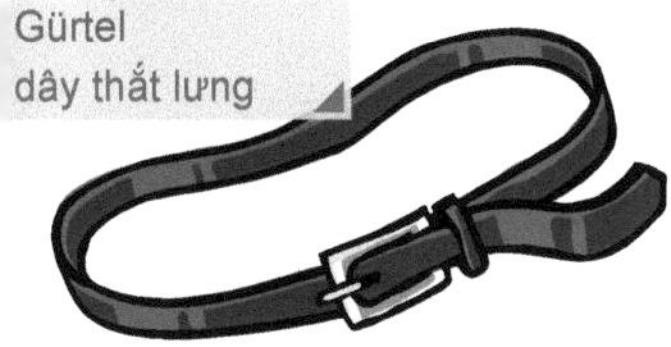

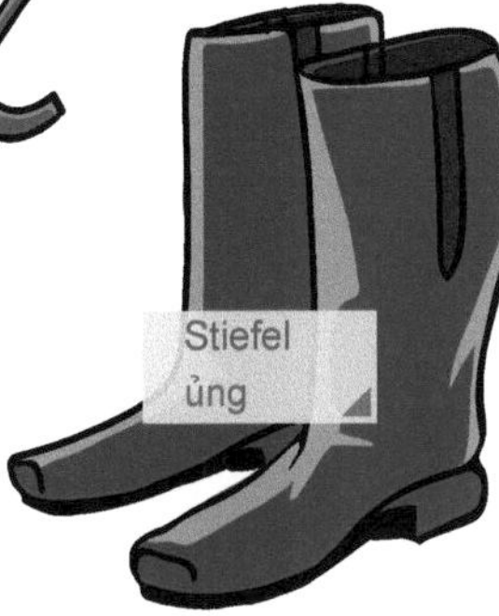

Schal
khăn choàng cổ

Regenschirm
ô che mưa

Gürtel
dây thắt lưng

T-Shirt
áp phông

Turnschuhe
giày sneaker

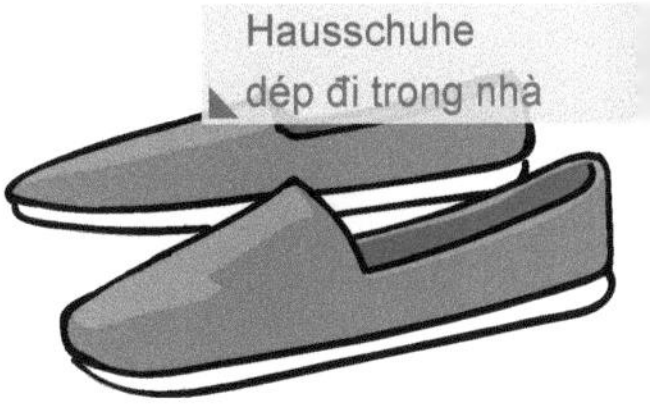

Stiefel
ủng

Hausschuhe
dép đi trong nhà

Sandalen
dép xăng đan

Schuhe
giày

Gummistiefel
ủng cao su

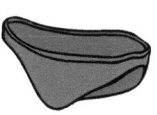

Unterhose
quần lót

Büstenhalter
áo ngực

Unterhemd
áo vest

Body

áo ôm sát cơ thể

Hose

quần dài

Jeans

quần bò

Rock

váy

Bluse

áo cánh

Hemd

áo sơ mi

Pullover

áo len chui đầu

Kapuzenpullover

áo len

Blazer

áo blazer

Jacke

áo jacket

Mantel

áo khoác

Regenmantel

áo mưa

Kostüm

trang phục

Kleid

áo váy

Hochzeitskleid

áo cưới

Anzug

bộ com lê

Nachthemd

áo ngủ

Schlafanzug

pijama

Sari

trang phục sari

Kopftuch

khăn trùm đầu

Turban

khăn đội đầu

Burka

áo burka

Kaftan

áo captan

Abaya

áo aba

Badeanzug

quần áo bơi

Badehose

quần bơi

Kurze Hose

quần đùi

Trainingsanzug

quần áo tracksuit

Schürze

tạp dề

Handschuhe

găng tay

Knopf

cái cúc

Brille

kính mắt

Armband

vòng đeo tay

Halskette

vòng cổ

Ring

nhẫn

Ohrring

hoa tai

Mütze

mũ lưỡi trai

Kleiderbügel

cái mắc treo áo quần

Hut

mũ

Krawatte

cà vạt

Reißverschluss

dây kéo phéc mơ tuya

Helm

mũ bảo hiểm

Hosenträger

dây đeo quần

Schuluniform

đồng phục học sinh

Uniform

đồng phục

Lätzchen

yếm trẻ em

Schnuller

ti giả

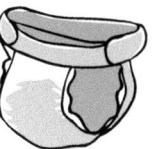

Windel

tã lót

Büro

văn phòng

Server
máy chủ

Aktenschrank
tủ hồ sơ

Drucker
máy in

Papier
giấy

Monitor
màn hình

Schreibtisch
bàn làm việc

Maus
chuột máy tính

Ordner
thư mục

Tastatur
bàn phím

Papierkorb
thùng rác giấy

Stuhl
ghế

Computer
máy tính

Kaffeebecher

cốc cà phê

Taschenrechner

máy tính bỏ túi

Internet

internet

Laptop

laptop

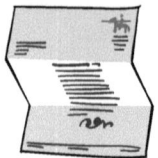

Brief

thư

Nachricht

tin nhắn

Handy

điện thoại di động

Netzwerk

mạng

Kopierer

máy photocopy

Software

phần mềm

Telefon

điện thoại

Steckdose

ổ cắm điện

Fax

máy fax

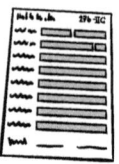

Formular

mẫu đơn

Dokument

chứng từ

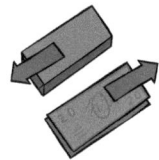

kaufen

mua

bezahlen

trả tiền

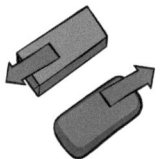

handeln

buôn bán

Geld

tiền

 USD

Dollar

đô la

 EUR

Euro

Euro

 JPY

Yen

yên

 RUB

Rubel

rúp

 CHF

Franken

franc Thụy Sĩ

 CNY

Renminbi Yuan

nhân dân tệ

 INR

Rupie

rupi

Geldautomat

máy rút tiền tự động

Wechselstube

quầy đổi tiền

Gold

vàng

Silber

bạc

Öl

dầu

Energie

năng lượng

Preis

giá tiền

Vertrag

hợp đồng

Steuer

thuế

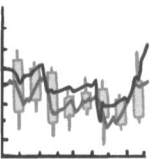

Aktie

cổ phiếu

arbeiten

làm việc

Angestellter

nhân viên

Arbeitgeber

chủ lao động

Fabrik

nhà máy

Geschäft

cửa hiệu

Berufe
nghề nghiệp

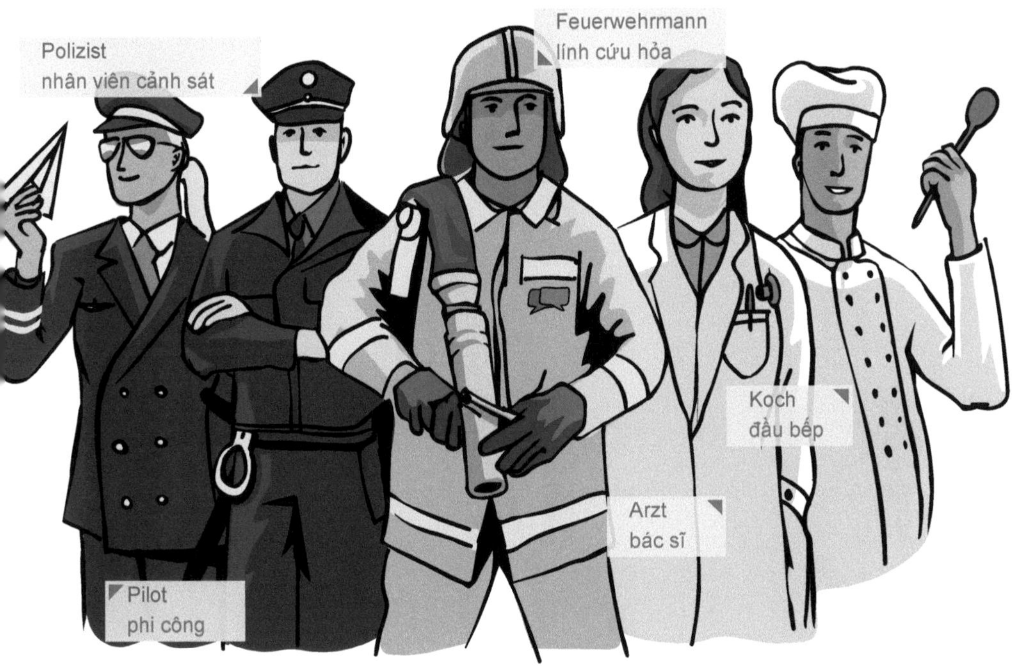
Polizist
nhân viên cảnh sát
Feuerwehrmann
lính cứu hỏa
Koch
đầu bếp
Arzt
bác sĩ
Pilot
phi công

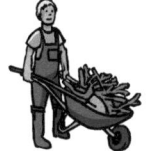

Gärtner

người làm vườn

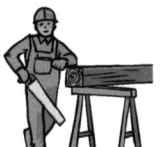

Tischler

thợ mộc

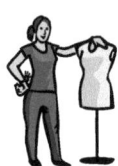

Näherin

thợ may

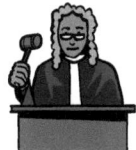

Richter

chánh án

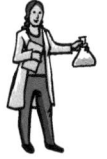

Chemiker

nhà hóa học

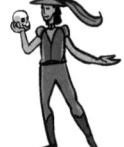

Schauspieler

diễn viên

Busfahrer

tài xế xe buýt

Taxifahrer

người lái taxi

Fischer

ngư dân

Putzfrau

người lau dọn vệ sinh

Dachdecker

thợ lợp mái nhà

Kellner

bồi bàn

Jäger

thợ săn

Maler

họa sĩ

Bäcker

thợ làm bánh

Elektriker

thợ điện

Bauarbeiter

thợ xây dựng

Ingenieur

kỹ sư

Schlachter

người hàng thịt

Klempner

thợ sửa ống nước

Postbote

người đưa thư

Soldat

người lính

Architekt

kiến trúc sư

Kassierer

nhân viên thu ngân

Florist

người bán hoa

Friseur

thợ cắt tóc

Schaffner

nhân viên soát vé

Mechaniker

thợ cơ khí

Kapitän

thuyền trưởng

Zahnarzt

nha sĩ

Wissenschaftler

nhà khoa học

Rabbi

giáo sĩ Do thái

Imam

lãnh tụ Hồi giáo

Mönch

nhà sư

Geistlicher

mục sư

Werkzeuge
dụng cụ

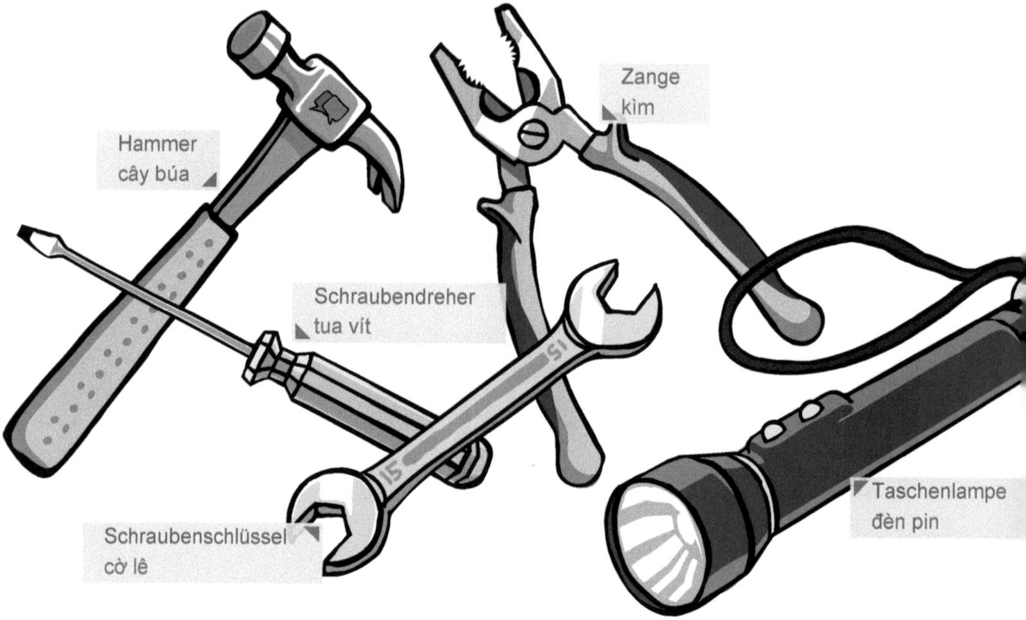
Hammer
cây búa
Zange
kìm
Schraubendreher
tua vít
Schraubenschlüssel
cờ lê
Taschenlampe
đèn pin

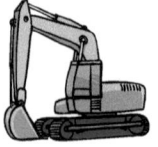

Bagger
máy xúc đất

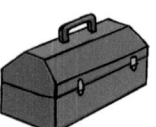

Werkzeugkasten
hộp dụng cụ

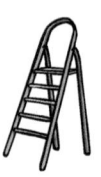

Leiter
cái thang

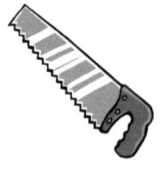

Säge
cưa

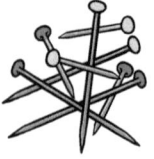

Nägel
đinh

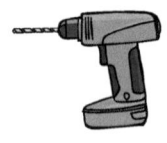

Bohrer
máy khoan

reparieren

sửa chữa

Schaufel

cái xẻng

Mist!

khốn nạn!

Kehrblech

cái hót rác

Farbtopf

thùng sơn

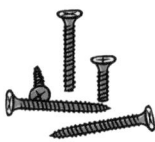

Schrauben

vít

Musikinstrumente
nhạc cụ

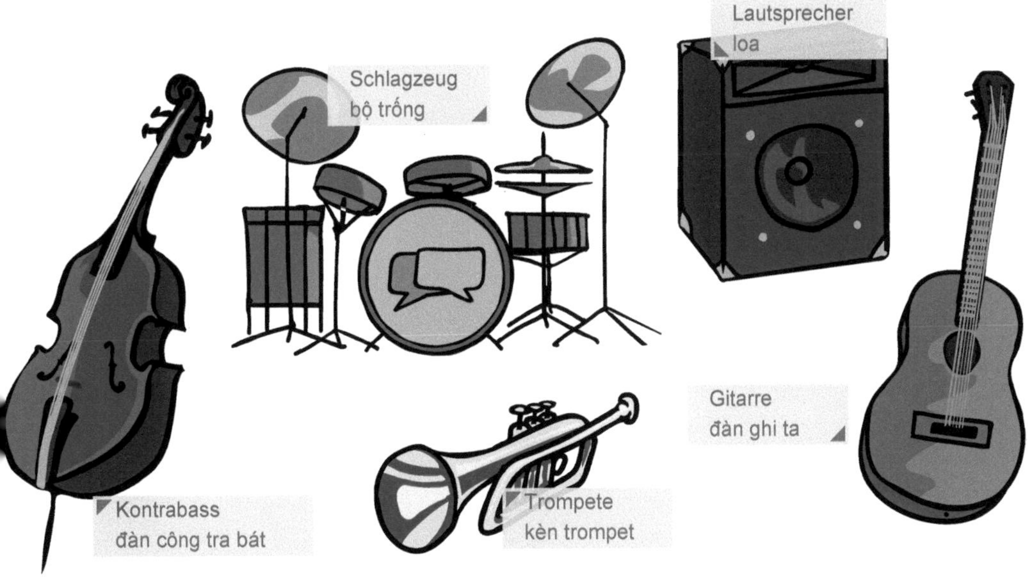

Lautsprecher
loa

Schlagzeug
bộ trống

Kontrabass
đàn công tra bát

Trompete
kèn trompet

Gitarre
đàn ghi ta

Klavier

đàn piano

Violine

đàn vĩ cầm

Bass

ghi ta bass

Pauke

trống định âm

Trommeln

trống

Keyboard

đàn organ

Saxophon

kèn Saxophone

Flöte

sáo

Mikrofon

micro

Zoo

vườn bách thú

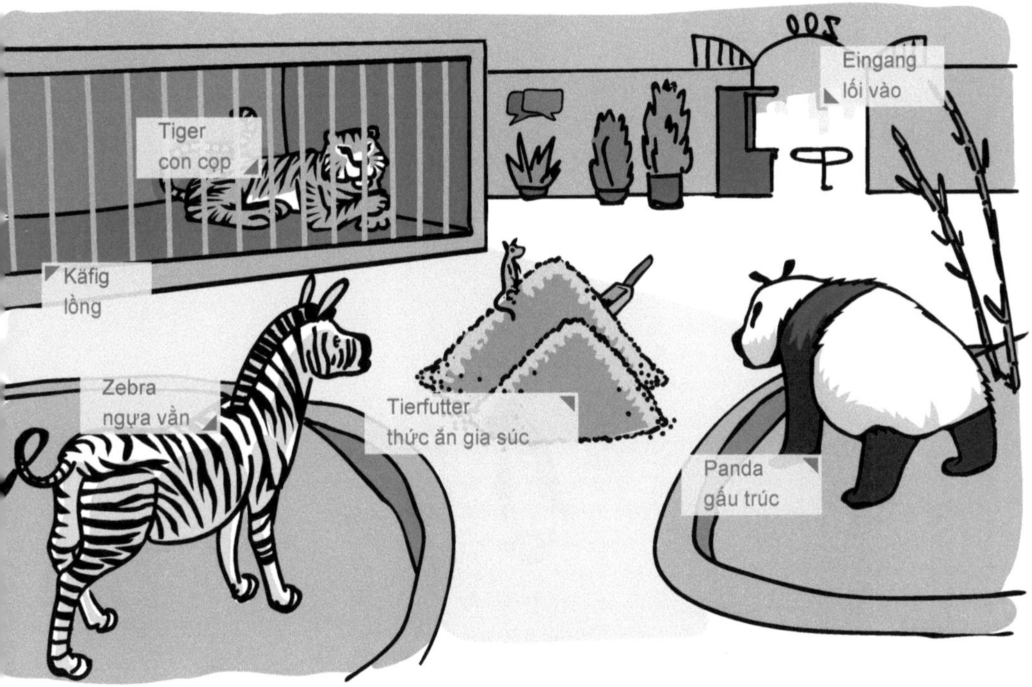

Tiger
con cọp
Eingang
lối vào
Käfig
lồng
Zebra
ngựa vằn
Tierfutter
thức ăn gia súc
Panda
gấu trúc

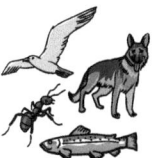

Tiere

động vật

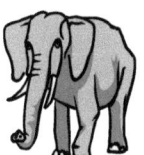

Elefant

con voi

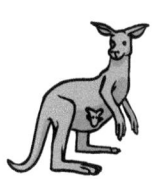

Känguru

chuột túi

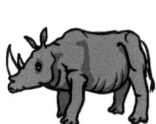

Nashorn

tê giác

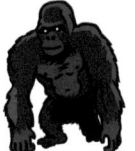

Gorilla

khỉ đột

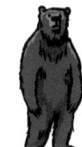

Bär

con gấu

Kamel

lạc đà

Strauß

đà điểu

Löwe

sư tử

Affe

con khỉ

Flamingo

hồng hạc

Papagei

con vẹt

Eisbär

gấu bắc cực

Pinguin

chim cánh cụt

Hai

cá mập

Pfau

con công

Schlange

con rắn

Krokodil

cá sấu

Zoowärter

người trông giữ vườn bách thú

Robbe

hải cẩu

Jaguar

báo đốm

Pony

ngựa lùn

Leopard

con báo

Nilpferd

hà mã

Giraffe

hươu cao cổ

Adler

đại bàng

Wildschwein

heo rừng

Fisch

cá

Schildkröte

con rùa

Walross

hải mã

Fuchs

con cáo

Gazelle

linh dương

American Football
bóng bầu dục Mỹ

Radfahren
đua xe đạp

Tennis
quần vợt

Basketball
bóng rổ

Schwimmen
bơi

Boxen
đấm bốc

Eishockey
khúc côn cầu trên băng

Fußball
bóng đá

Badminton
cầu lông

Leichtathletik
điền kinh

Handball
bóng ném

Skilaufen
trượt tuyết

Polo
polo

Aktivitäten
các hoạt động

springen
nhảy
singen
ca hát
umarmen
ôm
lachen
cười
gehen
đi bộ
träumen
mơ
beten
cầu nguyện
küssen
hôn

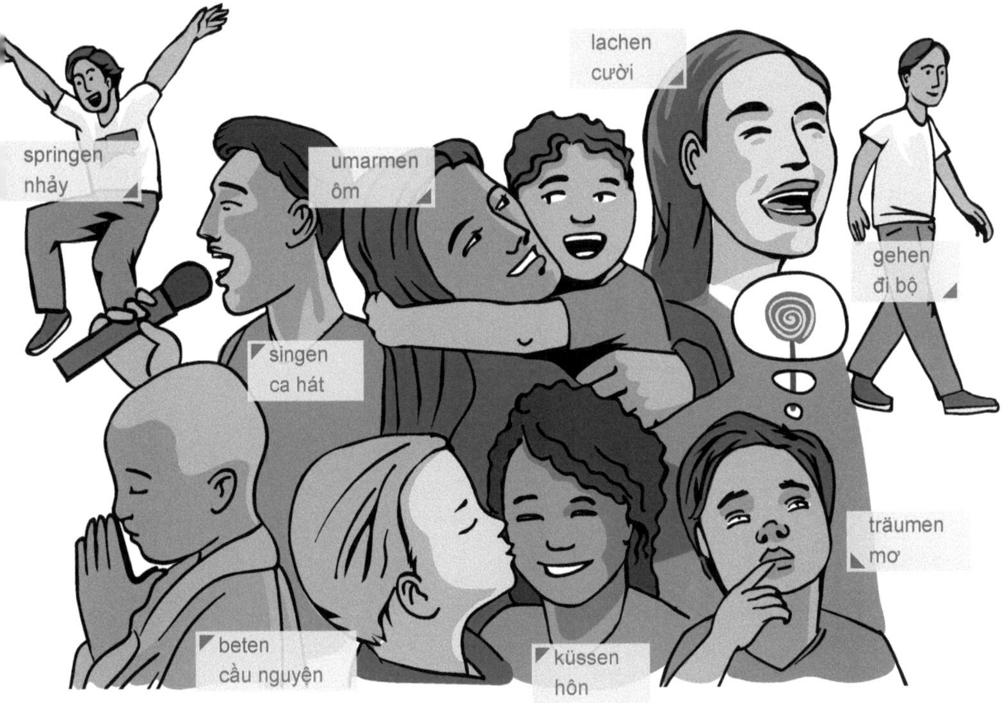

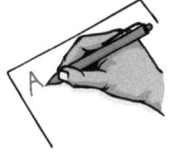

schreiben
viết

zeichnen
vẽ

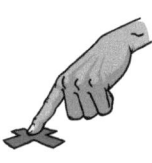

zeigen
chỉ trỏ

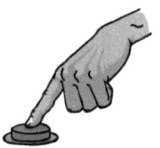

drücken
đẩy

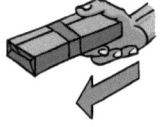

geben
cho

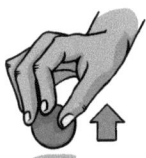

nehmen
lấy đi

haben

có

tun

làm

sein

thì / là

stehen

đứng

laufen

chạy

ziehen

kéo

werfen

ném

fallen

rơi

liegen

nằm

warten

chờ đợi

tragen

mang vác

sitzen

ngồi

anziehen

mặc quần áo

schlafen

ngủ

aufwachen

thức dậy

ansehen

xem

weinen

khóc

streicheln

vuốt ve

kämmen

chải

reden

nói chuyện

verstehen

hiểu

fragen

câu hỏi

hören

nghe

trinken

uống

essen

ăn

aufräumen

dọn dẹp

lieben

yêu

kochen

nấu nướng

fahren

lái xe

fliegen

bay

segeln

đi thuyền buồm

rechnen

tính toán

lesen

đọc

lernen

học

arbeiten

làm việc

heiraten

cưới

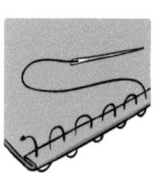

nähen

khâu vá

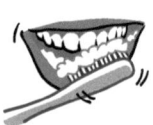

Zähne putzen

đánh răng

töten

giết

rauchen

hút thuốc

senden

gửi đi

Familie
gia đình

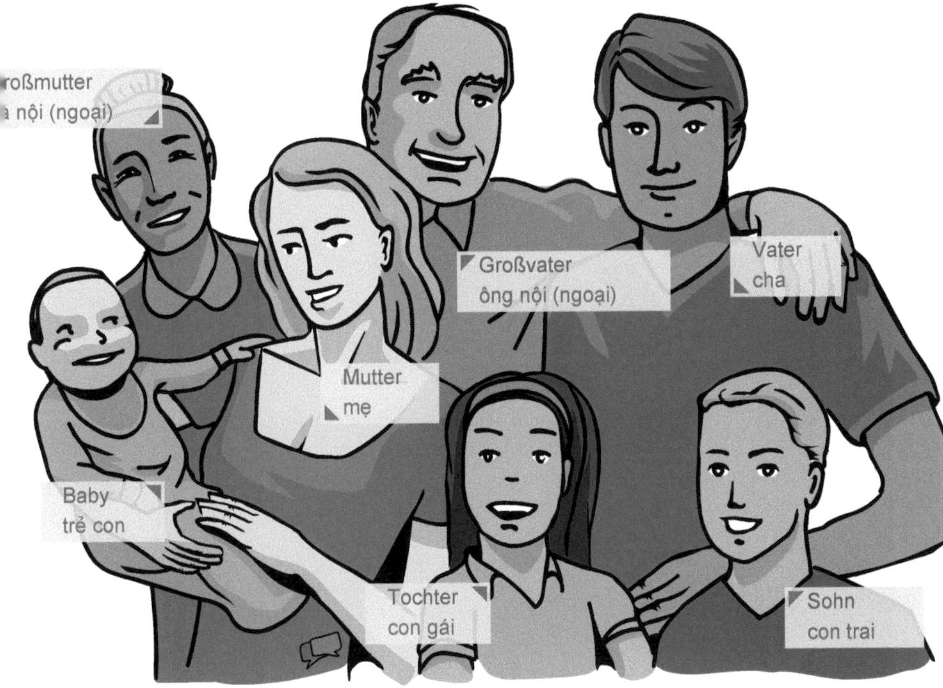

roßmutter
ı nội (ngoại)
Großvater
ông nội (ngoại)
Vater
cha
Mutter
mẹ
Baby
trẻ con
Tochter
con gái
Sohn
con trai

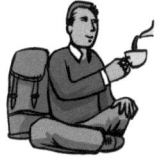

Gast
khách

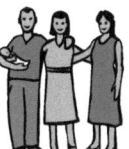

Tante
cô (dì)

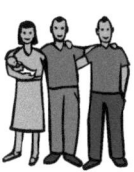

Onkel
chú, bác (cậu)

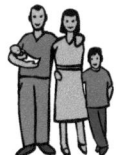

Bruder
anh (em) trai

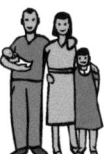

Schwester
chị (em) gái

Körper
cơ thể

Stirn
trán
Auge
mắt
Schulter
vai
Finger
ngón tay
Gesicht
mặt
Kinn
cằm
Hand
bàn tay
Bein
chân
Brust
ngực
Arm
cánh tay

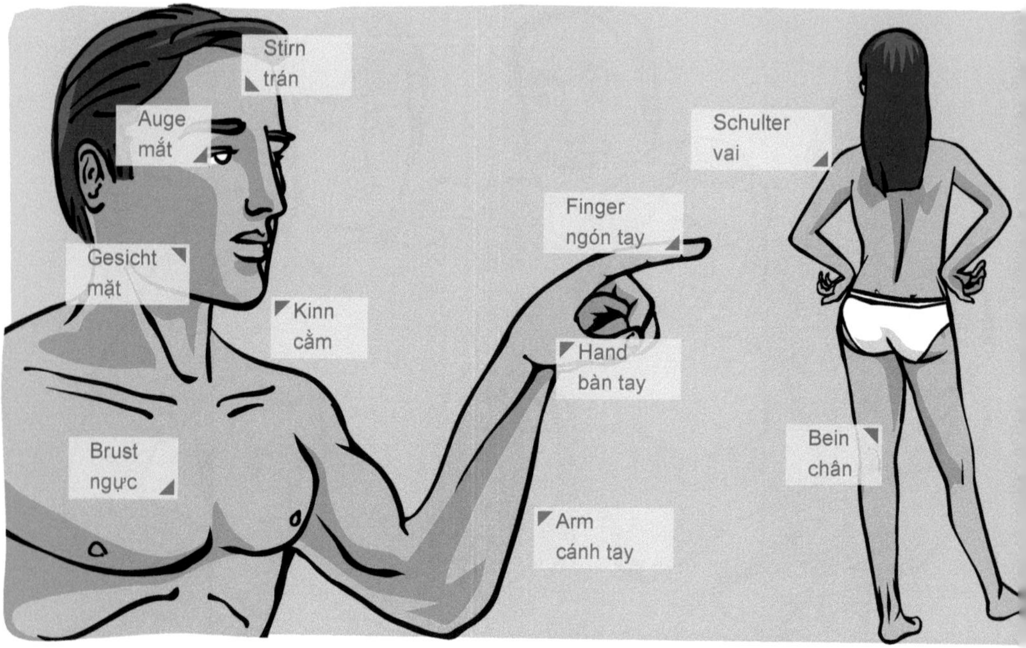

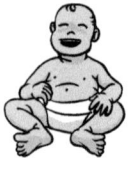

Baby
trẻ con

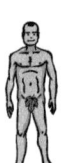

Mann
đàn ông

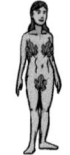

Frau
phụ nữ

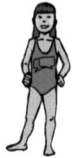

Mädchen
bé gái

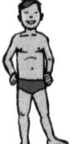

Junge
bé trai

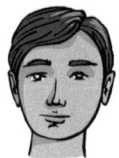

Kopf
đầu

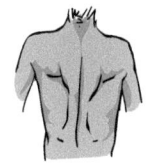

Rücken

lưng

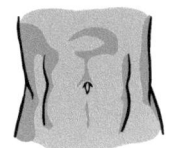

Bauch

bụng

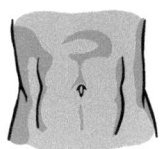

Nabel

rốn

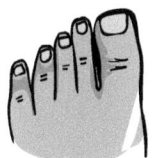

Zeh

ngón chân

Ferse

gót chân

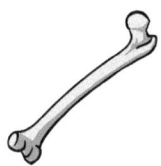

Knochen

xương

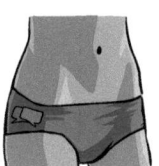

Hüfte

hông

Knie

đầu gối

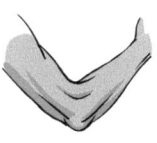

Ellenbogen

khuỷu tay

Nase

mũi

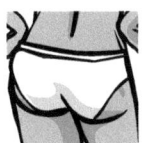

Gesäß

mông

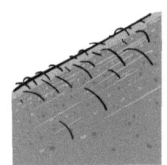

Haut

da

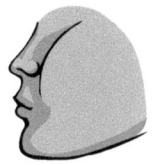

Wange

má

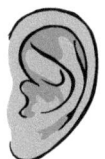

Ohr

tai

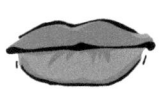

Lippe

môi

Körper - cơ thể

Mund

miệng

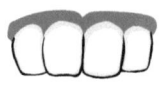

Zahn

răng

Zunge

lưỡi

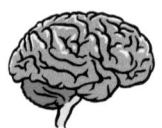

Gehirn

não

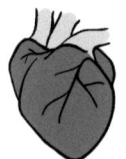

Herz

tim

Muskel

cơ bắp

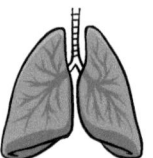

Lunge

phổi

Leber

gan

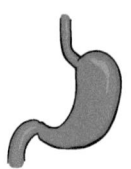

Magen

dạ dày

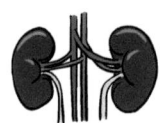

Nieren

thận

Geschlechtsverkehr

giao hợp

Kondom

bao cao su

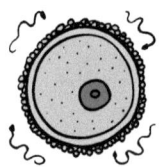

Eizelle

noãn

Sperma

tinh dịch

Schwangerschaft

mang thai

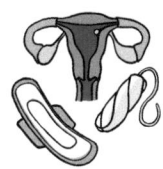

Menstruation

kinh nguyệt

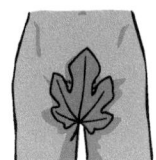

Vagina

âm vật

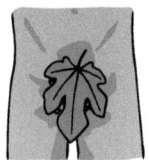

Penis

dương vật

Augenbraue

lông mày

Haar

tóc

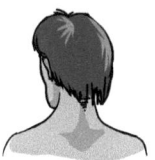

Hals

cổ

Krankenhaus
bệnh viện

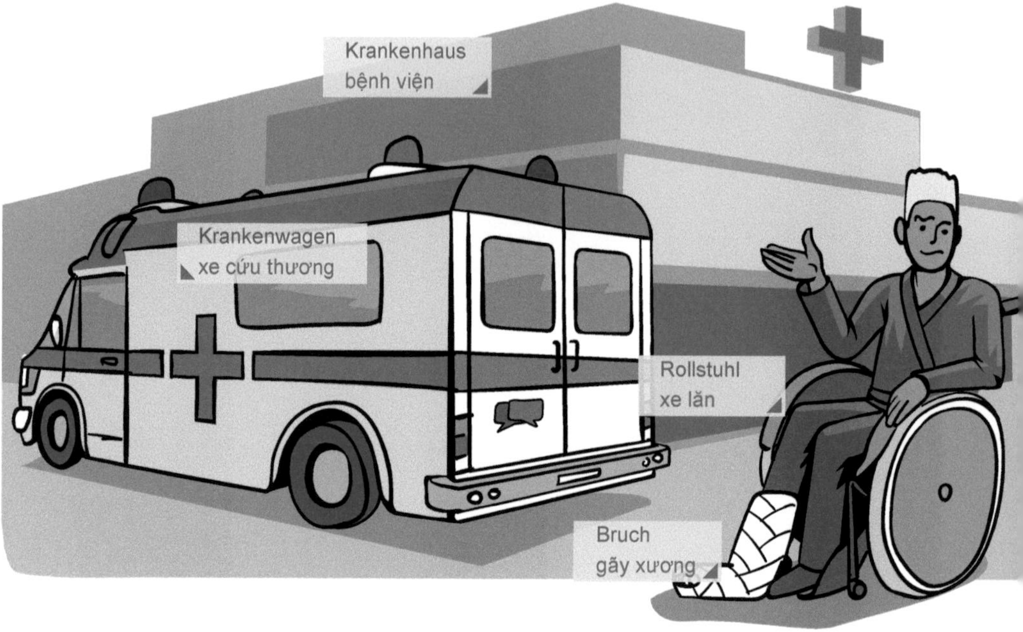

Krankenhaus
bệnh viện
Krankenwagen
xe cứu thương
Rollstuhl
xe lăn
Bruch
gãy xương

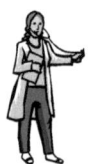

Arzt

bác sĩ

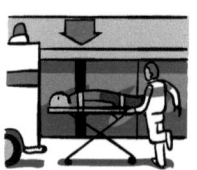

Notaufnahme

phòng cấp cứu

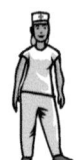

Krankenschwester

y tá

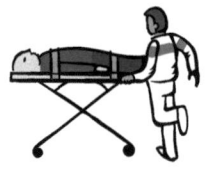

Notfall

cấp cứu

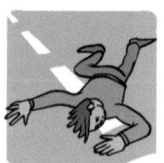

ohnmächtig

bất tỉnh

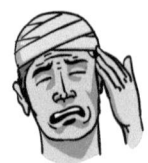

Schmerz

cơn đau

Verletzung

bị thương

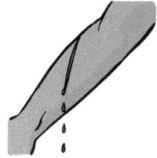

Blutung

chảy máu

Herzinfarkt

nhồi máu cơ tim

Schlaganfall

đột quỵ

Allergie

dị ứng

Husten

ho

Fieber

sốt

Grippe

cúm

Durchfall

tiêu chảy

Kopfschmerzen

đau đầu

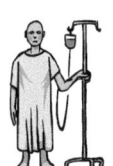

Krebs

ung thư

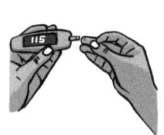

Diabetis

bệnh tiểu đường

Chirurg

bác sĩ phẫu thuật

Skalpell

dao mổ

Operation

giải phẫu

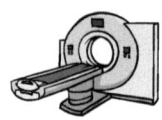

CT

chụp cắt lớp

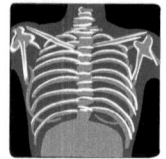

Röntgen

chụp x-quang

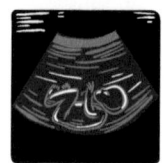

Ultraschall

siêu âm

Maske

mặt nạ

Krankheit

bệnh

Wartezimmer

phòng đợi

Krücke

cái nạng

Pflaster

băng dán vết thương

Verband

băng bó

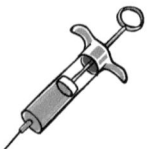

Injektion

tiêm thuốc

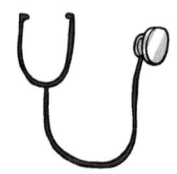

Stethoskop

ống nghe khám bệnh

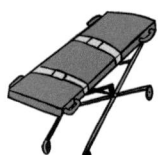

Trage

băng ca

Thermometer

nhiệt kế

Geburt

sinh đẻ

Übergewicht

thừa cân

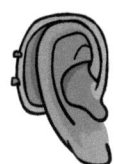

Hörgerät

máy trợ thính

Desinfektionsmittel

chất khử trùng

Infektion

nhiễm trùng

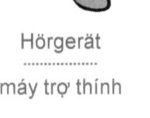

Virus

vi rút

HIV / AIDS

HIV / AIDS

Medizin

thuốc

Impfung

tiêm chủng

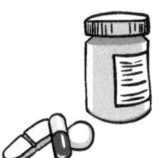

Tabletten

thuốc viên

Pille

viên thuốc

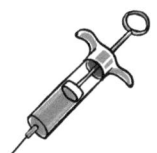

Notruf

gọi cấp cứu

Blutdruck-Messgerät

máy đo huyết áp

krank / gesund

bệnh / khỏe mạnh

Hilfe!

cứu!

Alarm

báo động

Überfall

cuộc đột kích

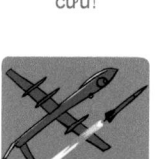

Angriff

sự tấn công

Gefahr

mối nguy hiểm

Notausgang

lối thoát hiểm

Feuer!

cháy!

Feuerlöscher

bình chữa cháy

Unfall

tai nạn

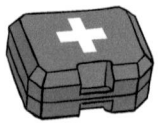

Erste-Hilfe-Koffer

bộ dụng cụ sơ cứu

SOS

SOS

Polizei

cảnh sát

Europa

châu Âu

Nordamerika

Bắc Mỹ

Südamerika

Nam Mỹ

Afrika

châu Phi

Asien

châu Á

Australien

châu Úc

Atlantik

Đại Tây Dương

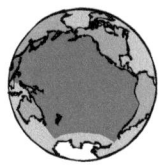

Pazifik

Thái Bình Dương

Indischer Ozean

Ấn Độ Dương

Antarktischer Ozean

Nam Cực Dương

Arktischer Ozean

Bắc Băng Dương

Nordpol

bắc cực

Südpol

nam cực

Antarktis

nam cực

Erde

trái đất

Land

đất liền

Meer

biển

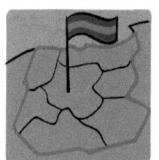

Insel

đảo

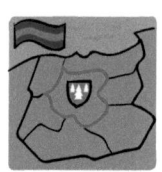

Nation

quốc gia

Staat

nhà nước

Zifferblatt

mặt đồng hồ

Stundenzeiger

kim chỉ giờ

Minutenzeiger

kim chỉ phút

Sekundenzeiger

kim chỉ giây

Wie spät ist es?

Bây giờ là mấy giờ?

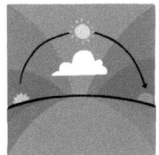

Tag

ngày

Zeit

thời gian

jetzt

bây giờ

Digitaluhr

đồng hồ điện tử

Minute

phút

Stunde

giờ

Woche
tuần lễ

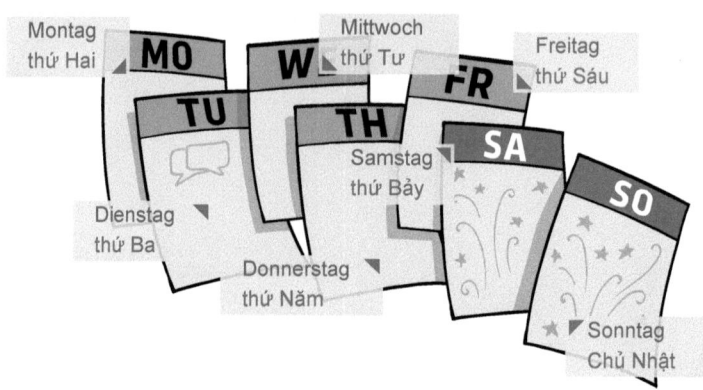

Montag
thứ Hai — MO

Mittwoch
thứ Tư — W

Freitag
thứ Sáu — FR

TU

TH

SA

SO

Dienstag
thứ Ba

Donnerstag
thứ Năm

Samstag
thứ Bảy

Sonntag
Chủ Nhật

gestern

hôm qua

heute

hôm nay

morgen

ngày mai

Morgen

buổi sáng

Mittag

buổi trưa

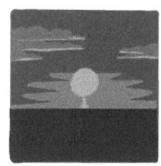

Abend

buổi tối

Arbeitstage

ngày làm việc

Wochenende

cuối tuần

Jahr
năm

Regen
mưa
Regenbogen
cầu vồng
Wind
gió
Schnee
tuyết
Frühling
mùa xuân
Sommer
mùa hè
Herbst
mùa thu
Winter
mùa đông

4.APRIL 11°
5.APRIL 4°
6.APRIL 13°
7.APRIL 8°
8.APRIL 10°

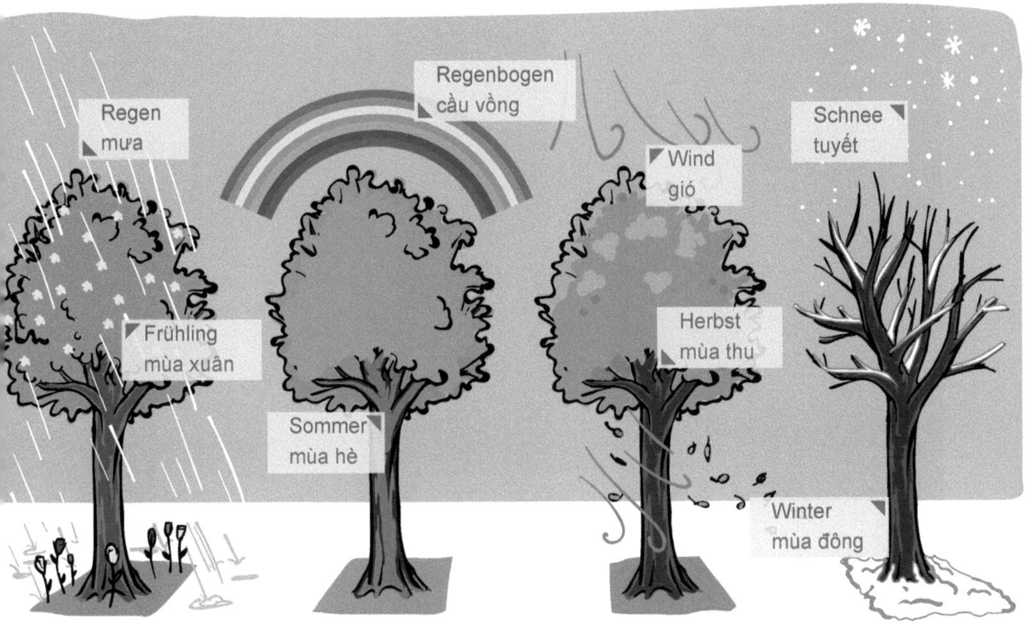

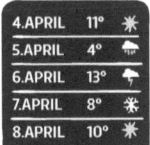

Wettervorhersage
dự báo thời tiết

F C
120 40
90 30
60 20
30 10
0 0
-30 -10
-20

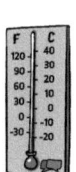

Thermometer
nhiệt kế

Sonnenschein
ánh nắng

Wolke
mây

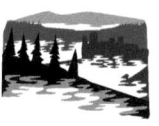

Nebel
sương mù

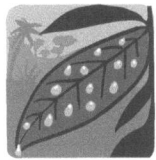

Luftfeuchtigkeit
độ ẩm không khí

Blitz

tia chớp

Donner

sấm sét

Sturm

cơn bão

Hagel

mưa đá

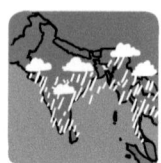

Monsun

gió mùa

Flut

lũ lụt

Eis

nước đá

Januar

tháng Một

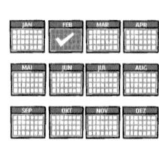

Februar

tháng Hai

März

tháng Ba

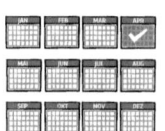

April

tháng Tư

Mai

tháng Năm

Juni

tháng Sáu

Juli

tháng Bảy

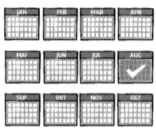

August

tháng Tám

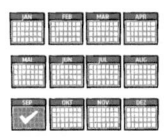

September

tháng Chín

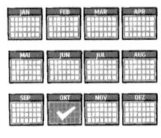

Oktober

tháng Mười

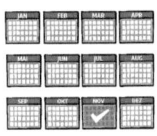

November

tháng Mười Một

Dezember

tháng Mười Hai

Formen
hình dạng

Kreis

hình tròn

Quadrat

hình vuông

Rechteck

hình chữ nhật

Dreieck

hình tam giác

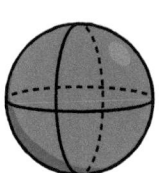

Kugel

hình cầu

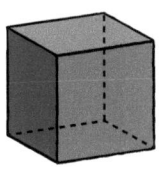

Würfel

khối vuông

weiß

màu trắng

gelb

màu vàng

orange

màu cam

pink

màu hồng

rot

màu đỏ

lila

màu tím

blau

màu xanh dương

grün

màu xanh lá cây

braun

màu nâu

grau

màu xám

schwarz

màu đen

viel / wenig

nhiều / ít

wütend / friedlich

tức tối / điềm tĩnh

hübsch / hässlich

xinh đẹp / xấu xí

Anfang / Ende

bắt đầu / kết thúc

groß / klein

to / nhỏ

hell / dunkel

sáng / tối

Bruder / Schwester

anh (em) trai / chị (em) gái

sauber / schmutzig

sạch / bẩn

vollständig / unvollständig

đủ / thiếu

Tag / Nacht

ngày / đêm

tot / lebendig

chết / sống

breit / schmal

rộng / chật hẹp

genießbar / ungenießbar

ăn được / không ăn được

böse / freundlich

ác / tử tế

aufgeregt / gelangweilt

hào hứng / chán nản

dick / dünn

béo / gầy

zuerst / zuletzt

đầu tiên / cuối cùng

Freund / Feind

bạn / thù

voll / leer

đầy / rỗng

hart / weich

cứng / mềm

schwer / leicht

nặng / nhẹ

Hunger / Durst

đói / khát

krank / gesund

bệnh / khỏe mạnh

illegal / legal

bất hợp pháp / hợp pháp

intelligent / dumm

thông minh / ngu

links / rechts

trái / phải

nah / fern

gần / xa

Gegenteile - đối lập

neu / gebraucht

mới / cũ

nichts / etwas

không có gì cả / có cái gì đó

alt / jung

già / trẻ

an / aus

bật / tắc

offen / geschlossen

mở / đóng

leise / laut

im lặng / ồn ào

reich / arm

giàu / nghèo

richtig / falsch

đúng / sai

rau / glatt

sần sùi / mịn màng

traurig / glücklich

buồn / vui

kurz / lang

ngắn / dài

langsam / schnell

chậm / nhanh

nass / trocken

ẩm ướt / khô ráo

warm / kühl

ấm áp / mát mẻ

Krieg / Frieden

chiến tranh / hòa bình

0	**1**	**2**
null	eins	zwei
số không	một	hai

3	**4**	**5**
drei	vier	fünf
ba	bốn	năm

6	**7**	**8**
sechs	sieben	acht
sáu	bảy	tám

9	**10**	**11**
neun	zehn	elf
chín	mười	mười một

12

zwölf

mười hai

13

dreizehn

mười ba

14

vierzehn

mười bốn

15

fünfzehn

mười lăm

16

sechzehn

mười sáu

17

siebzehn

mười bảy

18

achtzehn

mười tám

19

neunzehn

mười chín

20

zwanzig

hai mươi

100

hundert

một trăm

1.000

tausend

một ngàn

1.000.000

million

một triệu

Englisch

tiếng Anh

Amerikanisches Englisch

tiếng Anh Mỹ

Chinesisch Mandarin

tiếng Quan Thoại

Hindi

tiếng Hin-di

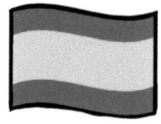

Spanisch

tiếng Tây Ban Nha

Französisch

tiếng Pháp

Arabisch

tiếng Ả-rập

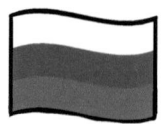

Russisch

tiếng Nga

Portugiesisch

tiếng Bồ Đào Nha

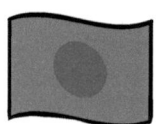

Bengalisch

tiếng Bengal

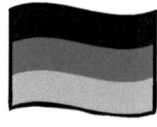

Deutsch

tiếng Đức

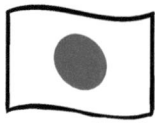

Japanisch

tiếng Nhật

ich
....
tôi

du
....
bạn

♂ ♀ ○

er / sie / es
....
anh ta / cô ta / nó

wir
....
chúng tôi

ihr
....
các bạn

sie
....
họ

wer?
....
ai?

was?
....
cái gì?

wie?
....
như thế nào?

wo?
....
ở đâu?

wann?
....
lúc nào?

HELLO, I AM

Name
....
tên

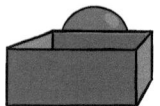

hinter

phía sau

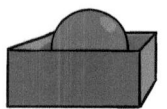

in

ở trong

vor

phía trước

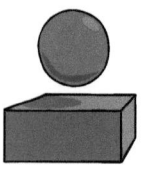

über

phía trên

auf

ở trên

unter

ở dưới

neben

bên cạnh

zwischen

ở giữa

Ort

chỗ